வீரான்குட்டி கவிதைகள்

தமிழில் : சுஜா

தன்னறம் நூல்வெளி ❧ குக்கூ காட்டுப்பள்ளி

வீரான்குட்டி கவிதைகள்
தமிழில் : சுஜா
இரண்டாம் பதிப்பு : 2024
வடிவமைப்பு : கல்ஆல், மயம்

முன்னட்டை புகைப்படம் : வின்சென்ட் வான் கோ

முன்னட்டை வடிவமைப்பு : இரா. தியாகராஜன்

வெளியீடு :
தன்னறம் நூல்வெளி,
குக்கூ காட்டுப்பள்ளி,
புளியானூர் கிராமம்,
சிங்காரப்பேட்டை - 635 307
கிருஷ்ணகிரி மாவட்டம்
பேச : 9843870059
thannarame@gmail.com
www.thannaram.in

Veerankutty kavithaigal
Translation : Suja
Author ©

Second Edition : 2024

Published by :
Thannaram Publication
Address : Cuckoo forest school,
Puliyanur Village,
Singarapettai-635 307
thannarame@gmail.com
www.thannaram.in

Printed at : Jothy Enterprises, Chennai-5

ISBN NO : 978-93-95560-40-5

Pages : 88 Price : INR 100

வீரான்குட்டி

மலையாளத்தின் முன்னணி கவிஞர்களில் ஒருவர். கோழிக்கோடு மாவட்டம், நாராயங்குளத்தில் பிறந்தவர். தற்போது மடப்பள்ளி அரசுக் கல்லூரியில் மலையாளத் துறைத் தலைவராகப் பணியாற்றிவருகிறார். இவரது முதல்கவிதைத் தொகுதி ஜல பூபதம் 2001ல் வெளிவந்தது. மாந்த்ரீகன், ஆட்டோகிராப், மண்வீரு, தொட்டு தொட்டுநடக்கும்போழ், வீரான்குட்டி கவிதைகள், மிண்டாப்ராணி, நிசப்தத்துடே ரிபப்ளிக், நதியன் ஆகிய தொகுதிகள் மலையாளத்தில் வெளி-வந்துள்ளன. இவருடைய கவிதைகள் ஆங்கிலம், தமிழ், அரபி, ஜெர்மன், ஹிந்தி, கன்னடம், மராத்தி போன்ற மொழிகளில் மொழியாக்கம் செய்யப்பட்டுள்ளன. சிறுவர் இலக்கியம் சார்ந்தும் தொடர்ந்து பங்களித்துவருகிறார். செருசேரி விருது, பி.குன்ஹிராமன் நாயர் கவிதை விருது, அயனம் ஏ அய்யப்பன் விருது, வி.டி.குமரன் கவிதை விருது, கே.எஸ்.கே தளிக்குளம் விருது, தமிழ்நாடு சி.டி.எம்.ஏ இலக்கிய விருது, கவிதைக்கான கேரள சாகித்ய அகாடமி விருது என தனது கவிதைப் பங்களிப்புகளுக்காக ஏராளமான விருதுகள் இவருக்கு அளிக்கப்பட்டிருக்கின்றன.

தற்போது வடகரை-செம்மரத்தூரில் வசிக்கிறார்.
மனைவி : ருக்யா. குழந்தைகள் : டாக்டர்.ருப்னா பர்வீன், தம்ஜீத்.

மின்னஞ்சல் முகவரி :
veerankuttypoet@yahoo.com

சில சொற்கள்

தாய்மொழி என்றாலும் மலையாளத்தில் இலக்கியம் வாசிக்க ஒரு மனத்தடை இருந்தது. பல வருடங்களாகத் தமிழ் இலக்கிய வாசிப்புப் பழக்கத்தால், மற்ற மொழிகளில் வாசிக்கும்போது ஏதேனும் நுட்பங்களைத் தவறவிட்டுவிடுவோமோ என்கிற உணர்வு இருக்கும். மலையாளத்தில் சினிமா பார்ப்பது, பாடல்கள் பாடுவது, செய்தித்தாள், சிறுகதைகள் வாசிப்பது, உறவினர்களுடன் பேசுவது என்பதோடு சரி. தமிழாக்கம் செய்யப்பட்ட மலையாளப் படைப்புகளை வாசிப்பதே வழக்கமாக இருந்தது.

எம்.டி.வாசுதேவன் நாயரின் மஞ்சு நாவலைத் தமிழில் வாசித்ததும் மலையாளத்திலும் வாசித்துப் பார்க்கும் ஆவல் வந்தது. அவரது கவித்துவ நடையும் சொற்தெரிவும் அந்த நாவலுக்கான ஒரு மூட்டத்தை உருவாக்கிய விந்தை எனக்குப் பெரும் திறப்பாக அமைந்தது. அடுத்தடுத்து கல்பற்றா நாராயணன், கமலா தாஸ், நித்ய சைதன்ய யதி என்று கொஞ்சம் கொஞ்சமாக மலையாள இலக்கியம் என்னை உள்வாங்கிக்கொண்டது.

மலையாளத்தை மேலும் நெருங்கியறியும் முயற்சியாக மொழிபெயர்ப்பு செய்யலாம் என்கிற எண்ணம் வந்தது. கவிதைகள், சிறுகதைகள், கட்டுரை என மொழியாக்கம் செய்து பார்த்தேன். கவிஞர் யூமா வாசுகி சொன்னபடி, பயிற்சிக்காகச் செய்திகள் உட்பட மொழியாக்கம் செய்தேன். கிட்டத்தட்ட ஆறு மாதங்கள். மொழி நாவுக்கும் கண்களுக்கும் மனதுக்கும் பழகிவிட்டதென்ற உணர்வு வந்ததும் இந்தக் கவிதைகளை மொழியாக்கம் செய்யத் தொடங்கினேன்.

என்றுமே என் மனதுக்கு நெருக்கமானவை கவிதைகளே. மொழியின் நெளிவு சுழிவுகளும், உறுதியும் ஒருங்கே கொண்டிருக்கும் வடிவம். அதனால் மொழியின் சாத்தியங்களை அலசிப் பார்க்கும் அதே வேளையில், சாத்தியங்களுக்குள் அடங்கா சூட்சமமும் கொண்டவை கவிதைகள் என்று தோன்றுகிறது. கவிதைகளை மொழிபெயர்க்கையில் மொழிக்குள் விளையாடும் ஒரு குதூகலம் கிடைக்கிறது.

கவிஞர் வீரான்குட்டியின் கவிதைகளை மொழியாக்கம் செய்யத் தொடங்கியதும் அவற்றின் எளிமை என்னைக் கவர்ந்தது. படிமங்களின் கவிஞர் என்று சொல்லலாம். எளிய சொற்களின் வழி உருவாகும் ஆழமான படிமங்கள்! உணர்வுகளிலும் பெருவெடிப்புகள் ஏதுமற்ற எளிய உணர்வுகள். நுட்பங்களைச் சென்றடையும் வழியாக எளிமையை உணர்கிறேன். தன்னிடம் ஒளித்துவைத்துக்கொள்ள எதுவுமில்லை என்கிற நிலை, எளிமைக்கு ஒரு கம்பீரத்தைத் தருவதாகவும் தோன்றுகிறது.

மொழிபெயர்ப்பில் சவாலாக இருந்ததும் அதே எளிமைதான். மேல் பூச்சுகளையும் அலங்காரங்களையும் அகற்றி, சொற்களை நிர்வாணப்படுத்தும் செயலாக இருந்தது. கனமேறிக் கிடக்கும் சொற்களை லேசாக்கி, அதனைப் பறக்க விடும் அனுபவம். மலையாளம், தமிழ், ஆங்கிலம் மூன்று அகராதிகளும் மேசையில் திறந்துகிடக்கும். ஆனால் ஜன்னல் வழி வானில் சொற்களைத் துழாவிக் கொண்டிருக்கும் என் கண்கள். இதுவே மொழியாக்கம் என்றதும் என் நினைவில் எழும் சித்திரம்.

வீரான்குட்டி கவிதைகளில் மெல்லிய ஒலிநயம் இருக்கிறது, வாய்விட்டு வாசித்தால் அது புரிபடும். சந்தம் கவிதையின் தொனியுடன் நெருங்கிய உறவுகொண்டது. மொழியாக்கம் செய்தபின் தமிழில் ஒவ்வொரு கவிதைகளையும் பல முறை வாய்விட்டு வாசித்தது, கவிதையின் சந்தத்தை முடிந்தவரை தக்க வைத்துக்கொள்ள உதவியது.

மொழியாக்கப் படைப்புகள் பலவற்றை வாசித்து சிலாகித்திருக்கிறேன் என்ற வகையில் எனக்கு மொழிபெயர்ப்புப் பணியின் மீது எப்போதுமே பெருமதிப்பு உண்டு. இப்போது மொழிபெயர்ப்பாளரின் கடமையையும் பொறுப்பையும் கூடுதலாகவே அறிந்து கொண்டேன்.

'மிண்டாபிராணி' மற்றும் 'வீரான்குட்டி கவிதைகள்' ஆகிய இரு தொகுப்புகளிலிருந்து கவிதைகளைத் தேர்ந்தெடுத்து மொழியாக்கம் செய்திருக்கிறேன். மொழிபெயர்க்க அனுமதியளித்த கவிஞர் வீரான்குட்டிக்கு எனது நன்றி.

தமிழ்க் குடும்பத்திற்கு வாழ்க்கைப்பட்டு வந்த காலகட்டத்தில், நாவில் தமிழும் மனதில் மலையாளமுமாக வாழ்ந்த என் அம்மாவை நினைத்துக் கொள்கிறேன்.

கவிதைகளை வாசித்து ஊக்கமளித்த எழுத்தாளர் ஜெயமோகனுக்கு என் மனமார்ந்த நன்றி!

தொடக்கம் முதல் உடனிருந்து உதவிய நண்பர்கள் வே.நி.சூர்யா மற்றும் ராம்சந்தருக்கு எனதன்பும் அரவணைப்பும்!

சுஜா
சிங்கப்பூர்
6/10/23
Csujachellappan@gmail.com

எளிமையெனும் விடுதலை

இருபத்தைந்து ஆண்டுகளுக்கு முன்பு வீரான்குட்டி ஊட்டியில் நாங்கள் நடத்திய தமிழ்-மலையாளக் கவிதையரங்குக்கு வந்திருந்தார். பலவகையான கவிஞர்கள் பங்கெடுத்த அந்த அரங்கிற்கு வந்திருந்த ஒரு கவிஞர் வீரான்குட்டியைப் பற்றி என்னிடம் சொன்னார். ''அவரை ஏன் அழைத்தீர்கள்? அவர் நவீன கவிஞர் அல்ல''

அந்தக் கவிஞர் முழுக்க முழுக்க அரசியலை எழுதிக்கொண்டிருந்தவர். நான் அவரிடம் ''நான் வீரான்குட்டியின் இரண்டு கவிதைகளை வாசித்தேன். எனக்குப் பிடித்திருந்தது'' என்றேன்.

''அவர் நவீன கவிஞர் அல்ல'' என்று இவர் மீண்டும் சொன்னார்.

''ஏன்?'' என்றேன்.

''அவர் குழந்தைகளுக்கான கவிதைகளை எழுதுபவர்''

நான் ''அதுதான் எனக்கு முதன்மைத் தகுதியாகத் தெரிகிறது'' என்றேன்.

அதைப் பொய்யாகச் சொல்லவில்லை, மெய்யாகவே

அன்று நான் நவீன கவிஞர்களின் சிலவகை பாவனைகளால் அலுத்துப்போயிருந்தேன். தங்களை இரண்டே வகைகளில் அவர்கள் புனைந்து முன்வைத்தனர். ஒன்று, அதீதத் தனிமையில், கைவிடப்பட்ட நிலையில், இருத்தலியல் சிக்கல்களில் உழல்பவர்கள். இரண்டு, தீவிரமான அரசியல்நிலைபாடுகளால் தங்களைக் கலகக்காரர்களாகவோ புரட்சியாளர்களாகவோ ஆக்கிக்கொண்டவர்கள்.

இரண்டுமே பொய் என நன்கறிந்திருந்தேன். அந்த பாவனைகள் சூழலில் முன்னரே விளைந்து கனிந்து கிளையொடியும்படித் தொங்கிக்கிடந்தன. எழுதவரும்போதே அவற்றை உண்டு அச்சுவைக்குப் பழகிவிட்டிருக்கிறார்கள். பெரும்பாலான கவிஞர்கள் அவர்கள் எழுதும் கருத்துக்களைக் கவிதைகளிலிருந்து பெறவில்லை, பிற கவிதைகளிலிருந்தே பெற்றுக்கொண்டார்கள். அவர்கள் எழுதுவதென்ன என அவர்களுக்குத் தெரியாது. பக்தியே இல்லாதநிலையிலும் கர்நாடக சங்கீத வித்வான் பாட ஆரம்பிக்கும்போது பக்தியால் உருகிவழிவதைப்போல அது ஒரு புனைவுநிலை மட்டுமே.

சங்கீதக்காரர்களுக்குச் சரிகைச்சட்டை, குங்குமப்பொட்டு போல நவீன கவிஞர்களுக்கும் தாடி, குடிகாரமுகம், நையாண்டி எனப் பல தோற்றங்கள் வகுக்கப்பட்டிருந்தன. எனக்குப் பளிச்சென்ற முகமும், சிரிக்கும் கண்களும், ஒரு கல்லூரி பேராசிரியருக்குரிய சீரான ஆடையும் கொண்டிருந்த வீரான்குட்டி புத்தம்புதியவராகத்

தோன்றினார். அவருடையது ஒரு சிறுவனைப் போல உலகை அணுகும் தெளிந்த கண்கள் என்று பட்டது.

அந்தக் கவிதை அரங்குக்குப்பின் வீரான்குட்டியின் கவிதையில் மிகப்பெரிய மாற்றம் வந்தது. கேரளச்சூழல் அவரிடம் அரசியலை எழுதும்படி, அரசியலோ இருத்தலியலோ எழுதாதவன் கவிஞன் அல்ல என்று, சொல்லிக்கொண்டே இருந்தது. அவருக்கு அதெல்லாம் பிடிபடவில்லை. அவர் இயல்பு அதுவல்ல. அவர் இனிய, உற்சாகமான குழந்தைப்பார்வை கொண்டிருந்தார்.

தமிழ் நவீன கவிதைகள் வீரான்குட்டிக்கு ஒன்றைக் கற்பித்தன. கவிதைக்கு அரசியலோ தத்துவமோ ஒன்றும் இன்றியமையாதவை அல்ல. கவிஞன் அறிஞனாக இருக்கவேண்டியதில்லை. போராளியோ கலகக்காரனோ அன்னியனோ ஆக அவன் இருந்தேயாகவேண்டும் என்பதில்லை. அவன் கவிதையை உருவாக்கினால் போதும்.

கவிதை என்பது முதன்மையாக ஒரு கலை என்று வீரான்குட்டி புரிந்துகொண்டார். எந்தக் கலையும் கற்பனையின் அடிப்படை அலகான படிமங்களால் ஆனது. ஒலிப்படிமம், காட்சிப்படிமம் , அல்லது மொழிப்படிமம். படிமங்களை விளக்கும் சுமை கலைஞனுக்குரியது அல்ல. தன் அகத்தைக் காட்டும் படிமங்களை அவன் முன்வைத்தால் மட்டும்போதும். படிமச்சமையல் செய்யலாகாது. படிமங்கள் முளைக்கும் நிலமெனத் திகழ்ந்தால்போதும்.

வீரான்குட்டியின் கவிதைகள் அதன்பின் புதிய ஒளியுடன் வெளிவந்தன. என்ன வியப்பென்றால் சகக்கவிஞர்கள், விமர்சகர்கள் உருவாக்கிய வட்டத்தைக் கடந்து அவை மிகச்சிறந்த வாசகர்களைக் கண்டடைந்தன. சமகால மலையாளக் கவிஞர்களில் அதிக வாசகர்களைக்கொண்ட ஒருவராக அவர் மாறினார். இன்னும் வியப்பு என்னவென்றால் அவர் கவிதைகளில் தன்னிச்சையாக உருவான அரசியல் இருந்தது. அதை வாசகர்கள் கண்டடைந்து முன்வைக்க கேரளத்தின் மிக வலுவான அரசியல் கவிதைகளை எழுதுபவர் என்றும் வீரான்குட்டி அறியப்படலானார்.

வீரான்குட்டியின் படிப்பு என்னும் கவிதை கேரளத்தின் சமூக அரசியலின் அடிப்படையை வலுவாக முன்வைக்கும் கவிதை என்று கருதப்படுகிறது.

புரியவேயில்லை
அவளுக்கு
பட்டாம்பூச்சியின்
படத்தைக் காட்டி
சித்ரசலபம் என்று
டீச்சர் பாடம் நடத்திக் கொண்டிருந்தார்.

முடிவில்
வருத்தத்துடன்தான் என்றாலும்
அவளும்
சித்ரசலபம் என்று
சொல்லத் தொடங்கினாள்.
பட்டாம்பூச்சி என்பது
அதனை

அதன் வீட்டில்
அழைக்கும் பெயர்
என்று
சமாதானம் செய்துகொண்டு.

கேரளத்தின் மக்கள்மொழியில் இருந்து ஒவ்வொருவரும் ஓர் உயர்குடி - சம்ஸ்கிருத மொழிக்குப் பிடுங்கிநடப்படுவதை, அதன் வன்முறையையும் இழப்பையும் சொல்லும் கவிதை இது.

ஆனால் வீரான்குட்டி 'கருத்துக்களுக்காகத்' தேடுவதில்லை. எதையும் எண்ணங்களாகக்கூட ஆக்கிக்கொள்வதில்லை. சொல்லப்போனால் சிந்திப்பதே இல்லை. அவர் குழந்தையாகவே நீடிக்கும் கவிஞர். காட்சிகளிலிருந்து அக்காட்சியாகத் திரண்ட பிறிதொன்றை நோக்கிச் செல்லும் ஒரு பயணம் அவரில் நிகழ்கிறது. அதுவே அவருடைய படிம வெளிப்பாடாகிறது.

உறைந்து கட்டியாகிய தண்ணீரில் இருந்த மீன்குட்டியை சூரியன் வந்து திறந்துவிட்டது.

என்னும் அவருடைய வரியை தன் நூல் ஒன்றின் முகப்பில் எழுதி வைத்திருக்கிறேன் என்று சொன்ன ஒரு வாசகியை எனக்குத் தெரியும். எதில் வாழ்கிறதோ அந்த வெளியே உறைந்து கல்லென்றாகிவிடுவதன் அனுபவத்தை அவள் அறிவாள். அச்சிறையில் இருந்து விடுவிக்கும் சூரியனுக்கான தவத்தையும் அவள் அறிவாள். அந்த ஒளிமிக்க விடுதலையை அக்கவிதை அவளுக்குச் சொல்கிறது. அக்கவிதையில் இருந்து அவள் செல்லும் தொலைவை வீரான்குட்டி அறியவேண்டும் என்பதில்லை.

ஒவ்வோர் இலையும்
அதனதன் அதீத தனிமையில்,
உதிரும்போதுதான்
நாமதைத் தெரிந்துகொள்கிறோம்

என மிக எளிமையாக நிகழும் வீரான்குட்டிக் கவிதைகளில் அந்த எளிமை ஒரு காலம்கடந்த தன்மையை அளிக்கிறது. ஒரு தொல்நூலில், ஒரு நீதியுரையாக அமையும் வாய்ப்புகொண்ட ஒரு வரி இயல்பாக நவீன கவிதையாகி மேலும் பல சுட்டுதல்களுடன், மேலும் பல அனுபவத்தளங்களுடன் விரிகிறது.

பாவியல்பு (*Lyricism*) கவிதை என ஒன்று மானுடனில் உருவானபோதே நிகழ்ந்த ஒன்று. இசையிலிருந்து மொழியை எந்நிலையிலும் பிரிக்க முடியாது. பிரிக்க முயன்ற எஸ்ரா பவுண்டின் நவீனத்துவம் அதை அடக்கி ஒடுக்கவே முடிந்தது. கவிதை பாடலின் விளிம்பில் நின்றுகொண்டிருக்கிறது. எக்கணமும் அதுவாகி மீள்வதுபோல. நல்ல கவிதைகள் மயில்கழுத்துபோல பாடலா கவிதையா என மாயம்காட்டுபவை.
நவீனத்துவத்தை வீரான்குட்டி எளிதில் கடந்து செல்வது அவருடைய பாவியல்பினூடாகத்தான்.

உன்னிடம் சொல்ல வைத்திருந்த ரகசியத்தை
நேற்று காற்று கொண்டுபோனது
அது எந்தக் கிளையில் வைத்திருக்கும்?

என்னும் வரி ஒரு ரூமி கவிதையில், ஒரு கஸல் பாடலில் எளிதில் அமைந்திருக்கக்கூடிய ஒன்று. தமிழில்

தேவதேவன் எழுதக்கூடியது. தன் எளிமையினூடாக, கண்விரித்து காட்சியுலகைக் கொண்டாடும் தீரா இளமையினூடாக வீரான்குட்டி அடைவது அந்த மொழிக்களியாட்டை.

அந்த மொழிவெளிப்பாட்டை, கவிதைமொழியாக்கத்தில் எப்போதும் நிகழும் சிறு குறைவுகளுடன், நேர்த்தியாகத் தமிழாக்கம் செய்திருக்கிறார் சுஜா. தமிழ் நவீன கவிதையை அணுகியறிந்த ஒருவரின் எழுத்துக்கள் இவை என்பதை

பிரபஞ்சத்தில்
வேறு சொற்கள் இல்லை
அந்த ஒரு சொல்லைத் தவிர.
என கச்சிதமாக வெளிப்படும் வரிகள்
காட்டுகின்றன.

பள்ளிவிட்டு வந்ததுமே புத்தகத்தைத் தூக்கிவீசி சீருடையைக் கழற்றி எறிந்து காற்றுமேவும் வெற்றுடலுடன் விளையாடச்செல்லும் பள்ளிச்சிறுவனின் விடுதலை கொண்டவை வீரான்குட்டியின் கவிதைகள்.

ஜெயமோகன்

தேடல்

நீ எங்கே என்று கேட்டதும்
நாலாதிசைகளிலும் விரல்நீட்டி
என்னைச் சுற்றலில் விட்டது
மரம்

உன்னைத் தேடுகிறேன் என்றறிந்ததும்
எப்போதும் முன்னால் நடக்கும் நட்சத்திரங்கள்
வெகுவாய்ப் பின்னால் போய்விட்டன
வழிகாட்ட வேண்டிய சுமை நீங்கி.
காற்று வளையமாய்ச் சுழற்றியது

கடைசியில் கதறியபடி
கடற்கரை சென்றேன்
உதடு திறக்கும் முன்பே
நீ எங்கே என்று
ஆயிரம் நாக்குகள் ஒருசேர நீட்டி
திரும்பக் கேட்கிறது கடல்.

கேள்

கல்லிடம் கேள்
எவ்வளவு காத்திருந்து
ரத்தினமாகியதென
நீர்த்துளியிடம் விசாரி
எத்தனை காலக் காத்திருப்பு
முத்தாவதற்கென
உதடுகள் இருந்திருந்தால்
அவை சொல்லியிருக்கும் :
'அன்புடன் ஒரு கை தொடுவதற்கு
எடுத்துக்கொள்ளும் நேரம்' என்று.

குறைந்து குறைந்து

காணும் முன்பு
எத்தனை பெரியவராய் இருந்தோம்
பரஸ்பரம் நாம்!
கண்டுகழித்ததும் சிறிதானோம்
பேசத் தொடங்கியபோது அற்பமானோம்
இனி ஒன்றாக நடக்கத் தொடங்கினால்
குறைந்து குறைந்து
இருக்கிறோம் என்றே
சொல்ல முடியாத அளவுக்கு
முழுதுமாய்த் தீர்ந்துவிடுவோமோ
நாம் ஒருவருக்கு ஒருவர்?

கடவுள் காணக் கிடைக்காதது
சாலவும் நன்றல்லவா?

ரூமிக்கு

காயங்கள் பட்டாலென்ன
உதடுகளுடன்
எப்போதும் வசிக்க முடிந்ததல்லவா?
புல்லாங்குழல் பாடுகிறது.

சொல்

சொல்
இரண்டுபேர் காதலிக்கத் தொடங்கும்போது
அவர்களை மட்டுமாக்கி
சுற்றியுள்ள உலகம்
சட்டென்று எங்கே
போய்த் தொலைகிறது?

ஊரிலிருந்து கிளம்பும்போது

ஊரிலிருந்து கிளம்பும்போது
ஒரு வயல் அதுவாகவே
என்னை போட்டோ எடுக்கிறாயா
என்றபடி
பின்னால் வந்தது.

என் பாட்டை
ரிங்டோனாய்
கொண்டுபோவாயா
என்றொரு குயில்
பாதையோர
மரத்தில் இருந்து
அழைத்துக் கொண்டிருந்தது.

இனியடுத்த முறை வரும்போது
பார்க்க முடியாவிட்டாலோ
என்றோர் அரற்றல்
அதில் இருந்ததை மட்டும்
ஒரு போனும் பதியவில்லை.

இளகிய மனது

அன்று நீ
எறும்புகள் போய்ச் சேரும்வரை காத்திருந்தாய்
தேநீர்க்கோப்பையைக் கழுவுவதற்கு
காலின் அடியில்
ஏதேனும் பிராணிகள் நசுங்கிவிடுமோ என
மெல்ல அடிகள் வைத்தாய்
பூவினைக் காம்புடன் விட்டுவைத்தாய்.
புறாக்கூண்டு திறந்து வைத்தாய்

இல்லையென்றாலும்
அன்பு தட்டி
இளகிய மனதை
யாரால் எளிதில்
ஒளித்துவைக்க முடியும்!

யாரும் காணாதவாறு

யாரும்
காணாதவாறு
நீ செய்து கொண்டிருப்பது அனைத்தும்
தெரியும் எனக்கு

யாரும்
கேட்க முடியாத மொழியில்
அதைச் சொல்ல முடியாததன்
வருத்தம்தான் எனக்கு

கிடப்பு

குடும்ப வீட்டுக்குப் போனபோது
சிறுவயதில்
ஏறிக் குதித்து
சறுக்கி விளையாடிய
பாறைக்குப் போனேன்.

அன்றைய குழந்தைகளெல்லாம்
இன்றெங்கே?

உப்புமூட்டை ஏற வராத
குழந்தைகளுக்காக
பாறை
இப்போதும் அங்கேயேதான்
ஒரே கிடப்பாகக் காத்துக் கிடக்கிறது.

இதென்ன ஒரு பைத்தியக்காரப் படுக்கை?
மந்தம்
பிடிவாதம்
நிச்சலனத்தின்
தொன்மையான
இடத்தைப் பிடித்துவிட்டது,
மனத்தளர்வின்
நெடிய வடுக்களாய்
சிரங்குப்புள்ளிகள் கொண்ட செதில்கள் பதிந்து
கண் நிறைத்தன ...

பார்க்கப் பார்க்க கண்ணில் இருள் சூழ்ந்தது
பயந்தோடி
வீட்டுக்குப் போனேன்
காய்ச்சலில் விழுந்தேன்.

உன்னைச் சேரும் வழி

கடற்கரை மணலில்
உன் காலடிகள் தேடிக் கொண்டிருந்தேன்
காலடிகளுக்கு மேல் காலடிகள்
காலடிகளின் சமுத்திரம்!
ஆனாலும்கூட
யாருமே காண முடியாதபடி
அதில் விரிந்து நிற்கும்
தாமரை மொட்டுகள் கண்டு கண்டு
உன்னைச் சேரும் வழி கண்டடைந்தேன்.

படம் வரைதல்

நீலம் கொண்டு வானும்
கடலும் வரைந்தாள்.
அடர்கருப்பால் யானையை.
சிவப்பும் மஜந்தாவும் மட்டுமே
தேவைப்பட்டன
வீடு கட்டுவதற்கு.
வெள்ளையில் புள்ளிகள் நிரம்பின
பசுவிற்கு.
எல்லாம் வரைந்து முடிந்ததும்தான்
நினைவுக்கு வருகிறது
பச்சையை என்ன செய்வது?
வரைவதற்கில்லை
சுற்றியெங்கும் மரங்கள்
பிறகு புற்கள், பச்சைக்கிளி
பாவம்!
பெரும் சங்கடமாகிவிட்டது அவளுக்கு
அதனால்
தன்னை வரையத் தொடங்கினாள்
பச்சையில் பாவாடை
பச்சை வளையல், ரிப்பன்
பச்சை நிற வாட்ச்
பச்சை செருப்பு, குடை
அவளே
பச்சையில் நிறைந்து
திளைத்தாள்
கைகள் உயர்த்தி ஆடுகிறாற்போல்
நிற்கும் தன்னை
யாராவது குட்டி மரமாக

நினைத்தால் அதுபோதும்
என்றுதானோ என்னவோ!

காதலர்கள்

பாலத்தில் இருந்து
ஆற்றில்
பிரதிபலிக்கும்
ரயிலை ஓடிப் பிடித்தன
இரண்டு மீன்கள்.

ஆற்றைக் கடந்து
வண்டி
கரையைச் சேரும்போது
மூச்சு முட்ட
தொடங்கும் என்று
அவற்றிடம்
சொல்லியிருக்கவில்லை
காதல்.

பூமியைக் கேட்டால்

இந்த வழி நடந்துபோனவர்களைப் பற்றி
பூமியிடம் கேட்டால்
நம்மைக் குறித்தொன்றும் சொல்வதேயில்லை.

செருப்புகள் வந்து கால்தடங்களுக்கு
யூனிபார்ம் உடுத்திவிடுவதற்கு முன்பு
சித்திர வடிவில்
மண்ணின் நெகிழ்ந்த தோலில்
பாதம் தொட்டு எழுதியவர்களை
மறப்பதேயில்லை பூமி ஒருபோதும்

பூட்ஸ்களில் ஏறி
ஈட்டிகளோடு
கடந்துபோனவர்கள்
போனவர்கள்தான்

யாருக்கு நினைவிருக்கிறது
மலர்க்காலணிகளால்
இந்தவழி எழுந்தருளியவரை?

மண் மிதித்து குழைத்து
விதைப்பவரை
மண்விரிப்பிலேயே
உறங்குபவரை

காலடியில் மண் சறுக்கிக்கொண்டு போகும்போது
உயிருக்குயிராய்
கட்டிப் பிடித்துக் கிடப்பவரை

இவர்களைப் பற்றியெல்லாம் பூமியிடம் கேட்டால்
ஒளிர்ந்தும் துளிர்த்தும் காட்டும்
அதன் சொல்லிலடங்காத
மட்டற்ற மகிழ்ச்சியை.

கடவுளுக்குத் தெரியும்

கடவுளுக்குத் தெரியும்
நட்பை எப்படிப் பேணுவதென்று
கரிக்கட்டையாகத்தான் நம்மிடம் அது வருகிறது
பரஸ்பரம் பரிமாறி
அதனை நாம்
ஒளிரும் பொன்னாக்குவோம்.

இடையில் எப்போதாவது
தொலைந்துபோனால்
கவலை எதற்கு?
திரும்பக் கிடைக்கும்போது
ரத்தினமாகியிருக்கும் அது
கடவுளுக்குத் தெரியும்
அன்பை எப்படி
வலுவாக்குவதென்று.

உலகத்தின் விளிம்புவரை

மொழி அதன் இறுதி மூச்சை
எடுக்கத் தொடங்கியிருந்தது
'நான் உன்னை நேசிக்கிறேன்'
என்று யாரோ சொன்னதும்
அது மீண்டும் துடிக்கத் தொடங்கியது
உலகத்தின் விளிம்புவரை போகப்போகும் துள்ளலை
குதிகாலில் சுமந்துகொண்டு.

பிடியில்

உறைந்து கட்டியாகிய தண்ணீரில் இருந்த
மீன்குட்டியை
சூரியன் வந்து திறந்துவிட்டது.

திரும்பிப் போகையில் தண்ணீர்
சூரியனோடு போய்விட்டது.
இனி அந்தக் குட்டியை
யார் கவனிப்பார்?

உன் மௌனத்தில்

உன் மௌனத்தில்
ஓர் அபாய எச்சரிக்கை உள்ளது
என்னைச் சுற்றித் திரியும் இந்தக் காற்றில்
ஒரு கொடுங்காற்று இருப்பதைப் போல.

உன் கொல்லும் சிரிப்பில்
ஒரு வாக்குறுதி இருக்கிறது
ஆழத்தின் தெளிவில்
மூழ்கிச்சாவதற்கான
ஒரு சந்தர்ப்பம் இருப்பதைப் போல.

நட்சத்திரமும் மலரும்

நட்சத்திரமொன்றைக் காட்டி
வானம்
முக்குற்றியிடம் கேட்டது:
இதுபோன்ற ஒன்றேனும் உண்டா
உன்னிடம்
என்னோடு போட்டி போட?
தாழ்ந்துபோனதே தலை
செடிக்கு
ஈரமாகிவிட்டது விழியோரம்
இல்லாமையை ஒப்புக்கொள்வதைப் போல்
இக்கட்டானது வேறென்ன உள்ளது உலகில்?
அந்நேரம் அதன் தலையில் உண்டானது
ஒரு சிறு பூவின் மலர்தல்
ரத்னம் பதித்ததுபோலே
அதன் அழகு எங்கும் பரவுகிறது.
கண்கூசிப் போயிற்று வானம்
மண்ணில் இவ்வளவு அழகா?
நட்சத்திரம் எவ்வளவு அற்பம்
இதோ பூமியில் பொன் நட்சத்திரம்
அவ்வளவு தாழ்மையில் இருந்தே
வருகிறது
இவ்வளவு எழில் மலர் இன்றும்.

காதல் திராட்சை

முகத்தில் முதன்முதலாய்
பரு முளைத்த நாளில்
எத்தனை பழித்தாய் நீ?

கடவுள் பயிரிட்ட
காதல் திராட்சைகளென்று
அவற்றைப்
பார்த்துப் பார்த்து
தித்தித்தேன் நான்.

வீணாக

சுயரூபம்
நீட்டியும்
குறுக்கியும் ஆடும்
நிழலின்
விளையாட்டை
அற்பமாக
நினைக்க வேண்டாம்.

எப்போதும்
ஒருவனின்
கீழேயே
இருக்க வேண்டி வந்ததன்
துக்கத்தை
மறப்பதற்கு
அது
முயற்சி செய்து கொண்டிருக்கலாம்.

நமக்கிடையில் இந்த மரம்

நமக்கிடையில் இருக்கும் இந்த மரம்
ஊமையென்றுதானே எண்ணுகிறாய்?
கூர்ந்து கேள்
பிரியப்பட்ட யாருடனோ அது
பூக்களால் பேசுகிறது
காய்களால் வாக்குறுதியளிக்கிறது
அந்தத் தளிரிலைச் சிவப்பு
வீணென்றா நினைக்கிறாய்?
அப்படி அந்த மரம் ஊமையென்றால்
காதலே அதற்குப் பழியேற்கட்டும்.

இரவின் கலவரங்கள்

முந்தைய இரவு
இடிந்து சரிந்த உலகம்
காலையில் பழையபடி வந்து
அதே மாதிரி நிற்கிறது.

இரவில் தவறிப்போன
வழிகளையெல்லாம்
விடியும் முன்பே
யாரோ
சரிசெய்திருக்கிறார்கள்.

இரவின் இருட்டில் இறந்துபோனவர்கள்
காலையில் உயிருடன் எழுந்து வந்து
முகம் கழுவத் தொடங்குகிறார்கள்.

மாலை நேரத்தில் இருந்து காணாமல் போய்விட்ட மரங்கள்
எங்கும் போகவில்லையே என்று
காற்றினோடு தர்க்கம் செய்கின்றன.

இரவின் கலவரங்களை
எவ்வளவு வேகமாய்ச் சீரமைத்துவிடுகிறது
இந்தச் சிறு புலரி.

பகலின் நிலைதான் பாவம்

அதில் இறந்தவர் இறந்தவர்தான்
தொலைந்தவை தொலைந்தவைதான்

அந்நினைவுகளின் வெளிறல்
பகலின் முகத்தில்
எப்போதும் இருக்கும்
மறைவதில்லை அது
பொன்வெயிலாய்
புன்னகைத்தாலும்.

ஒவ்வோர் இலையும்

நாம் இங்கிருந்துகொண்டு
பூமியின் எல்லா மரங்களிலும்
எத்தனை இலைகள் என்று
எண்ணத் தொடங்குகிறோம்
இலைகள் எவ்விதத்திலும்
ஒத்துழைப்பதில்லை
அவற்றிற்கு அதொன்றும் முக்கியமில்லை.
ஒவ்வோர் இலையும்
அதனதன் அதீத தனிமையில்,
உதிரும்போதுதான்
நாமதைத் தெரிந்துகொள்கிறோம்
அவ்வளவுதான்.

வழங்குதல்

இரவில் நின்றுகொண்டு நீ
என்னை நோக்கி கை நீட்டினாய்

நான் அப்போது
பகலில் நின்று கொண்டிருந்தேன்

மலையுச்சியில் இருந்து
நீ கொடுத்து அனுப்பும் முத்தம்
கடற்கரையில் இருக்கும்
எனக்குக் கிடைத்ததைப் போலொரு
தருணமாக இருந்தது அது.

பெண் மரங்கள்

என்ன தவறு செய்ததென்று
வரிசையாய்
வெயிலில்
நிறுத்தியிருக்கிறீர்கள்
இந்த மரங்களை?

''பிறந்தமேனியாய்
மழையில்
கூச்சமின்றி நின்று
குளித்தன.

காற்றின்
கைகளைப் பிடித்து
காமக்கலையில் என்பதுபோல
உடல் குழைந்து
நடனம் ஆடின.

ராத்திரியில்
ஓசையின்றி வரும்
மின்னலை எடுத்து
முடியில்
ஒளித்துக்கொண்டன.

நின்ற இடத்தைவிட்டு
நகர விடாமல்
வளர்க்கப்பட்டவை அல்லவா?
ஒரு பாடமாக இருக்கட்டுமே.''

யார் சொன்னது?

யார் சொன்னது மனிதனால்
பறக்க முடியாதென்று?
அப்படியென்றால்
காதல்வயப்பட்ட நாள்முதல்
உன் பாதங்கள்
பூமியில் தொட்ட தடயத்தை
அவர்கள் ஆஜர்படுத்தட்டும்

முதல் மழையில்

வானம்
நூலினால்
பூமியின்
சுழற்சியைத் தொட்டதை
அள்ளிக்கொட்டித்
தீரவில்லை
புல்நுனிகளுக்கு.

பழி

பிச்சிமரம் குலுக்கி
தலையில் சூட
நான்கு பூவாவது
விழ வைக்க வக்கில்லாதவள் என்ற
பழி கேட்டு கேட்டு
மனமொடிந்துதான்
குளக்கரைக்குப் போயிருந்தாள்
அவள்.

இருட்டிய பின்னும்
திரும்பிவராததால்
பதறிப்போய் வந்து பார்த்தால்
அவள் குளத்தின் நிச்சலனத்தில்
சிறு கற்களைப் போடுகிறாள்
அதில் குலுங்குகிறது வானம்
விழுகின்றன நட்சத்திரங்கள்!

உன்னிடம் சொல்ல வைத்திருந்த ரகசியம்

உன்னிடம் சொல்ல வைத்திருந்த ரகசியத்தை
நேற்று காற்று கொண்டுபோனது
அது எந்தக் கிளையில் வைத்திருக்கும்?
எந்தத் தீயில் அமர்ந்திருக்கும்?
எந்த மண்ணில் கரைந்திருக்கும்?
உன்னிடம் சொல்ல வைத்திருந்த
ரகசியம் என்னவாகயிருந்தது?
இப்போது எனக்கு அதை
நீதான்
சொல்லித் தர வேண்டியுள்ளது.

கடைசியில்

நதியைக் குற்றஞ்சாட்டும் எந்தப் பேச்சும்
எனக்குப் பிடிப்பதில்லை
மூழ்கி அமிழ வரும் ஒருவரை
அது முழுதும் ஏற்றுக்கொள்கிறவரையில்
பிளந்து கடக்க வருபவரை அனுமதிக்கிறவரையில்

காண வருபவருக்குக் கொடுக்கவென்று
சிறுமீன்களின் கண்ணாடிக்குடுவையை
அது பாதுகாத்து வைத்திருக்கிறது
முத்துகளில்லை
பவழங்களில்லை
அதீத உறுமல்களோ
அலையதிர்வோ இல்லை

இவ்வளவு விச்ராந்தியாகத் தொடங்கினால்
இந்த நதி ஒரு யோகியாகவே
மாறிவிடப் போகிறதென்று நினைத்தேன்.

ஆனால்
கழிமுகத்தை அடைந்ததும்
என்ன நடக்கிறதென்றுதான்
எனக்குப் புரியவில்லை
கடலோடு கூட்டு சேர்ந்ததும்
அது தன் சொந்தப் பெயரிழக்கிறது
நீண்ட பயணத்தின் ஞானமனைத்தையும்
மடிமைக்குச் சமர்ப்பிக்கிறது
பாய்ச்சலை,
பாறை மேல் குதித்தேறிய பின்பு வரும்
வெடிச்சிரிப்பை அக்கணமே மறந்துவிடுகிறது.

இந்தப் பயணம்
என்றென்றைக்குமாய்த் தேங்கிக் கிடக்கத்தானா
என்றெண்ணும்போது
கணவன் வீடு போகும்
புதுப்பெண்ணின் நினைவு வருகிறது.

ஆனால்
நதியிடம் இந்த விஷயத்தைச் சொல்லிப் பாருங்கள்
அதற்குப் புரியப் போவதில்லை
ஏனென்று கேட்காதீர்கள்
அது அப்படித்தான்.

கலந்துவிட்ட வெளிச்சங்கள்

முன்பொரு முறை
நாம்
ஒருவர்க்கொருவர் பரிசளித்துக்கொண்ட
விளக்குகளில்
உன்னுடையது, என்னுடையது என
வேர்பிரித்தெடுக்கச் சாத்தியமில்லை
பிரியும்போது

எனில்
அவற்றின் ஒன்றாய்க் கலந்துவிட்ட
வெளிச்சத்தை
எப்படி வேறுவேறாக்குவது?
கொண்டுபோவது?

அபிப்ராயம்

பாறை போல் உறுதியாக இருந்தன
அந்தக் காலத்தில் எனது சொற்கள்
அதன் கடுமை தாக்கி வீழாதவருண்டா?
யார்தான் இருக்கிறார் இரத்தம் சிந்தாதவராய்?

பிற்பாடு
சொற்படி கேட்கும் குழைந்த மண்ணைப்போல்
அதில் கொஞ்சம் நீர் சேரத் தொடங்கியதும்
நீர்த்தது

பின்னர்
பாத்திரங்களுக்கேற்ப வழங்கும்
பச்சைத் தண்ணீராய்
சுயரூபம் தொலைத்தது

இன்றவை
நீராவிபோல்
காற்றுபோல்
எனக்கும்கூடக் கட்டுப்படாமல்
சிதறுகின்றன

வயதாகும்போதுள்ள உடலைப் போல்
மண்ணில் எளிதாகக் கலந்துவிடும் லாவகத்தை
அவை படிப்படியாகக் கைகொண்டதன்
அர்த்தம் என்னவாக இருக்கும்?

நமக்கப்போது

காதலின் இரண்டு சிறகுகள் நீயும் நானும்
அது போகுமிடமெல்லாம் நாமும் போகிறோம்
அது உட்காருமிடத்தில் உட்காருகிறோம்
எந்த உயரமும் நமக்கப்போது உயரமாகயில்லை
எந்த ஆழமும் பயமுறுத்தவில்லை
மரணம் கண்டுபிடித்திராத
அத்தனை அநாதியில்
எடை குறைவு

கோபித்துக்கொண்டு போனவனை

கோபித்துக்கொண்டு போனவனை
மழை வந்து குளிப்பாட்டியது
வெயில் துவட்டிவிட்டது
காற்று மெல்ல எடுத்து தோளில் வைத்து
வீட்டில் சேர்த்தது.

ஒளித்துக்கொள்ள முடியாமல்

எவ்வளவு அழகு
உன் ஊர் காண்பதற்கு!
பச்சைக்கு நடுவில் ஒரு பூமரம் கண்டேன்.
திடீரென்று கிடைத்த முத்தத்தில்
நாணிய நீயாய்
தன்னை ஒளித்துக்கொள்ள முடியாமல் நிற்கிறது அது.

படிப்பு

புரியவேயில்லை
அவளுக்கு
பட்டாம்பூச்சியின்
படத்தைக் காட்டி
சித்ரசலபம் என்று
டீச்சர் பாடம் நடத்திக் கொண்டிருந்தார்.

முடிவில்
வருத்தத்துடன்தான் என்றாலும்
அவளும்
சித்ரசலபம் என்று
சொல்லத் தொடங்கினாள்.
பட்டாம்பூச்சி என்பது
அதனை
அதன் வீட்டில்
அழைக்கும் பெயர்
என்று
சமாதானம் செய்துகொண்டு.

விசாரணை

அருகருகே இருக்கும்
இரண்டு உதடுகள்
வீணாக்கிவிட்ட
முத்தங்களைப் பற்றி
கடவுள் கேட்கும்போது
நீ என்ன சொல்வாய்?
நான் என்ன சொல்வேன்?

எழுதாத கவிதை

ஒருவர்
வெளிச்சத்தைக் குறித்து
எழுதுகிறார்

அப்போது திடீரென்று
இருட்டு
உள்ளே வருகிறது

அப்போது
அவர் இருட்டைக் குறித்து
எழுதத் தொடங்குகிறார்

அது தெரியாமல்
ஒரு விளக்கை
அப்போது யாராவது வந்து
ஏற்றிவிடுவார்களோ?

எனில்
இனி அவர்
எதனைக் குறித்து
எழுதுவார்?

ஒன்றைக் குறித்தும்
எழுதவில்லை
எழுதாத கவிதை
எல்லாவற்றையும்
குறித்ததாகும்.

சதி

அதீத அக்கறை இருந்தது
வாழ்வின் மீது
அவனுக்கு
அலட்சியமாக ஒன்றும் செய்ததில்லை
அவன் அதற்கு.
எதிர்பார்த்திராத எதையும்
அதனிடம் செய்ததில்லை.

ஆனாலும்
அந்தப் பெருந்தன்மையை
கருத்தில் கொள்ளாத
கல்நெஞ்சனாக இருந்தது
வாழ்வு.

எதிர்பாராத நேரத்தில்
காரணமெதுவும் இன்றி
கைவிட்டுவிட்டது
அது
அவனை.

மறைபொருள்

*சீக்கிரம்
விடியட்டுமே
பிறந்தநாள்
உடனே வரட்டுமே
என்றெல்லாம்
ஆசைப்படுவதில்
தப்பொன்றுமில்லை.
அதிலெல்லாம்
சீக்கிரம் மரணம்
வரட்டுமே
என்றொரு
பிரார்த்தனை அடங்கியிருப்பதை
தெய்வம்
புறக்கணித்துவிடுமெனில்.*

சுதந்திரத்தைக் குறித்த கவிதை

பறத்தல் நிறுத்தி
சிறகிலிருந்து ஒரு இறகு
கீழே வந்தது
அதனையெடுத்து மையில் தோய்த்து
நான் சுதந்திரத்தைக் குறித்த கவிதையொன்று
எழுதத் தொடங்குகிறேன்

அப்போது அது சொன்னது :
''இறகு ஒருபோதும் சுதந்திரத்தை அறிவதேயில்லை
அது சிறகோடு சிறைபட்டிருப்பதால்
சிறகு போகுமிடமெல்லாம் அதுவும் போகிறது
சிறகு ஒதுங்குமிடத்தில் ஒதுங்குகிறது
அவ்வளவுதான்.

சிறகின் நிலைமையும் அதுதான்
அதற்கும் சுதந்திரம் இல்லைதானே?
அது கிளியின் உடலுடன் கட்டுண்டிருக்கிறது
உடலுடன் காவலுக்குப் போய் போய்
அதற்கும் சலிப்புதட்டியிருக்கும்.

உடலின் நிலையும் கஷ்டம்தான்
பரம சுதந்திரத்தை அதுவும் அனுபவித்ததில்லை
உடல் மனதின் காவலில்
மனதின் நிலைமையும் ஒன்றும் சொல்வதற்கில்லை
அது எப்போதும் ஆன்மாவின் கைப்பிடிக்குள்

அப்படியென்றால் ஆன்மாவுக்குத்தானா பரம
சுதந்திரம்?
கேட்டுப் பார்ப்போம்.
ஆன்மா பிரபஞ்சத்தின் முடிவிலியுடன்
இறுக்கப்பட்டுள்ளது
அப்படியென்றால் அந்தப் பரம சுதந்திரம்
எங்கேதான் இருக்கிறது?

தெரியவில்லை.''

நான் அந்த இறகை எடுத்து
மீண்டும் மையில் தோய்க்கிறேன்
சுதந்திரம் எனும் அர்த்தமற்ற கவிதையைப்
பூர்த்தி செய்கிறேன்.

அறியாமல்

நேரம் மெல்ல விடிவது காண
காத்து விழித்திருந்தீர்கள்
காண முடியவில்லை
நேரம் விடிந்துவிட்டது

பூ மலர்வதைக் காண
கண் இமைக்காமல் இருந்தீர்கள்.
காணவில்லை
பூ மலர்ந்துவிட்டது.

இப்படியே போனால்
நீங்கள்
கண்ணில் எண்ணெய் ஊற்றி
பார்த்துக்கொண்டேதான் இருக்கப் போகிறீர்கள்.
அதனிடையில்
எப்போதாவது
உங்களுக்குத் தெரியாமல்
நானும் இல்லாமல் போய்விடுவேன்.

நட்சத்திரங்களுக்கு வேண்டுமானால்

நட்சத்திரங்கள் விரும்பினால்
பகலின் சூரியன்கள்
ஆகியிருக்கலாம்
ஆனால் அவை இரவைத் தேர்ந்தெடுத்தன.

விடியல்களை அழகுபடுத்த
அவை எவ்வளவு கஷ்டப்பட்டிருக்கும்
வெயிலைக் குளிர்விக்க
வெளிச்சத்தைக் குறைக்க

அதனால்
பூக்களெல்லாம்
ஒரு பதட்டமும் இல்லாமல் மலர்ந்தன.

பெரும்பயணத்துக்குப் பிறகான
நதியின் தூக்கத்திற்கும் தடையில்லை.

குழந்தைகளும்
சீக்கிரமே தூங்கச் சென்றனர்

விடிய வேண்டாமே என்கிற
ஒரு அம்மாவின் பிரார்த்தனையில்
வானமும் சேர்ந்துகொண்டது.

நேற்று நான்

அதே நட்சத்திரங்களை
பூதக்கண்ணாடி வழியாக பார்த்தேன்.

அதில்
பகலை
உலர்த்தி சேமித்திருக்கும்
கந்தகக் கற்களைக் கண்டு
கலங்கிப் போனேன்.

நொடிநேரம்

பயணியான உன்
கையிலுள்ள விளக்கு
பாதையோரம் இருக்கும் என் இல்லத்தை
என்றென்றும் ஒளிரச் செய்யும்
என்றெண்ணியது எத்தனை முட்டாள்தனம்
அந்த வெளிச்சத்தில்
நொடிநேரம்
என் இல்லம்
ஒளிர்ந்தது வாஸ்தவம்தான் என்றாலும்.

நல்லவள்

தெய்வமே
நீ பெரிய ஆளென்றல்லவா சொல்கிறார்கள்
எனில்
இப்போது ஏழாவது மாடியில் இருந்து
கீழே குதித்துச் சாகப் போகும் பெண்ணை
ஒரு கதிர்க்குருவியாக்கிப் பறக்கவிடு.

கழுத்தில் சுருக்கிட்டுத் தொங்குவாளெனில்
தூக்கணாங்குருவியோ புறாவோ ஆக்கு.
பாலத்தில் குதிக்கும் அவளது
ரயிலை
காகிதத்தில் செய்துவிட்டால் போதும்,
பஞ்சால் சக்கரங்களுடன்.

பிளேடை
இடதுகை நரம்பில்
வைக்கும் நிமிடம்
உலகமே மூச்சைப் பிடித்துக்கொண்டு
நின்றிருக்கும்
மேடையின் நடுவில்
புத்தொலிக்கு முயற்சிக்கும்
கிட்டார் வாசிப்பவளாக
மாற்ற முடியுமா அவளை உன்னால்?

முடியுமா முடியாதா சொல்
காரணம் வேறொன்றுமில்லை
அவ்வளவு நல்லவள் அவள்
சத்தியமாக.

மலர்ந்துகொண்டிருக்கும் பூவைக் குறித்த கவிதை

மலர்ந்து கொண்டிருக்கும்
பூவைப் பார்க்காதீர்கள்
பார்வையால்
அதன் கவனம் சிதறிப்போகும்
இலைகளைப் பாருங்கள்
அசைந்துவிடுமோ என்ற அச்சத்தில்
மூச்சுவிடாமல் நிற்கின்றன.

அரும்புகள்
பனித்துளி விழுகின்ற அமளியைத்
தன் குழைவு கொண்டு
உறிஞ்சிக்கொள்கின்றன.

தண்டுகளினூடே
ஏறிவருவதன் குறுமூச்சு
வெளியே கேட்காதிருக்க
தண்ணீர் வேண்டிக்கொள்கிறது.

காம்பிலிருந்து
உதிர்ந்தவுடன்
வீழ்ந்து சப்தமாவதற்குமுன்
காய்ந்த இலையைக்
காற்று
தூரமாய் எடுத்துக்கொண்டு போகிறது.

காய்ந்த இலை சொல்கிறது :
"மிக்க மகிழ்ச்சி.
உச்சியில் பூ மலரத் தொடங்கியிருக்கும்
செடியின்
தியானம் கலைக்காதிருக்க
எவ்வளவு நேர்த்தியான முன்னேற்பாடு.''

மலரும் பூவினைக் குறித்த
இந்தக் கவிதையின் கதியோ?

அதனை யாரும் பார்த்துவிடக் கூடாதே
என்ற பதட்டத்துடன்.

என்றாலும்
குழந்தையின் அழுகையோ
தேநீர்க்கான அழைப்போ
மீன்விற்கும் கூவலோ
பஸ்ஸிற்கு நேரமாகிவிட்டதன் ஞாபகமோ
உள்ளே வரும்.

பாவம் கவிதை
அது இப்போதும்
முழுவதுமாய்
மலராமலேயே இருக்கிறது.

மரணம் தவிர

பிரபஞ்சத்தில்
வேறு சொற்கள் இல்லை
அந்த ஒரு சொல்லைத் தவிர.

மற்றவை எல்லாம்
அந்த ஒன்றின் அலாதி
விபரீதங்கள்
இணைச்சொல்
அதன் நினைவில் எழும் விந்தை
அதனைக் குறித்த சங்கடம்

அதனைச் சொல்லித் தீராமல்
புடைக்கின்றன அகராதிகள்
தோற்றுப் போகின்றன கவிதைகள்.

அந்தச் சொல்லில் முழங்கும் அர்த்தத்தை
அது எல்லாரிடமும்
கேட்கும்
ஒருநாள்

அதை யாரால் சொல்லிவிட முடியும்?
அதனால் அது செய்து காட்டும்
ஒரு நாள் நானும் முயன்று பார்க்க வேண்டும்
சரியாக வருமோ என்னவோ?

வேனில் மரங்கள்

மழைக்காலக் காடு
ஒரு பப்ளிக் ஸ்கூல் அசம்ப்ளியை
நினைவூட்டும்
அங்கு சீருடையணிந்த மரங்கள்
கீழ்படிதலுக்கு வெகுமதி பெறுகின்றன

வேனிற்காடு
கிராமத்து சாதா இஸ்கூல் போல
சீருடை இல்லாததால்
அங்கு மரங்கள்
பல மங்கிய நிறங்களில்
தத்தம் சொந்த உடையில்
பொடிமண்ணில் விளையாடி ஆர்ப்பரித்து
வரிசையாய் வந்து நின்று
கீழ்படியாமைக்கு அடி வாங்குகின்றன.

மழைக்கால மரத்திற்கு
சவால்கள் ஏதுமில்லை
வேனிலுக்கு அப்படியல்ல
அது எல்லாவற்றையும் முதலில் இருந்து
தொடங்க வேண்டும்.
நீருக்கு அலைய வேண்டும்
எரிந்துபோகாமல் பாதுகாத்துக்கொள்ள வேண்டும்
ஒவ்வொரு வேளைக்கும்
அது பிழைத்திருக்க வேண்டும்.

மழைக்காலக்
காட்டினைவிட எனக்குப் பிடித்தது
உயர்த்திய முஷ்டியைப் போல் நிற்கும்
வீரதீர வேனில் மரங்களைத்தான்.

மண்வீர்யம்

தலையில்
சூரியனை
ஏந்தி,

கால்களில்
பூமியைத்
தூக்கிக்கொண்டு
ஒருத்தி ஓடுகிறாள்.

தோளில்
குழந்தையின்
கண்களில் உறங்குகின்றன
நட்சத்திரங்கள்.

இடுப்பின்
வெற்றுக்குடத்தில்
பதுங்கியவாறு
ஆகாயமும்
கூடவே வருகிறது.

மாராப்பில் இருந்து
எட்டிப் பார்க்கிறார்கள்
இறந்துபோனவர்கள்.

ஒன்றரை சென்டில் இருந்தும்

வெளியேற வேண்டிய
கடைசி நோட்டீஸ்
அவளைத் தேடிக்
கிளம்பியிருக்க வேண்டும்.

அந்த மண்ணை எடுத்து
கண்காணாத ஓரிடத்திற்குக்
கொண்டுபோய்
வைப்பதற்குத்தான்
அவள்
ஓடிக் கொண்டிருக்க வேண்டும்.

கொன்றாலும்
இந்த மண்ணை
நான் தர மாட்டேன்
என்று
ஒரு முறை
அவள் வெடிகுண்டுகளிடம்
செய்த சத்தியத்தை
இன்று
நிறைவேற்றிவிடுவாள்.

தண்டனை

உற்றாரின்
கண்முன்னால்
புதைத்து மூடிவிடும்படிக்கு

அல்லது
பச்சை விறகில்
கிடத்தி
எரித்துத் தொலைக்கும் அளவுக்கு
என்ன பெரிய
தவறு
செய்தார்
அவர்
உயிரோடிருக்கும்போது?

பெண்முகம்

பெற்றிட்ட
உடனே
தொற்றிக்கொண்ட,
இரவின் குழந்தைகள்
நிழல்கள்.

நிழல்கள் மட்டும்
இல்லாதிருந்தால்
இரவின் முகத்தை
பகல் எப்படி
நினைவில் வைத்துக்கொள்ளும்?

சுவாதீனம்

செத்தவரை
கொண்டுபோகும் கூச்சல்
எங்களை
சட்டென்று பெரியவராக்கியது

ஐஸ்கிரீம் ஐஸ்கிரீம்
என்றொரு குரல்
சைக்கிள் பெல்லோடு
எதிரே வந்து
எங்களைச் சின்னஞ்சிறு
குழந்தைகளாக்கும் வரை.

ஏனம்

இந்த பூமியை
உனக்கு விரிப்பாகவும்
வானத்தைப் போர்வையாகவும்
தந்திருக்கிறேன் என்று
கடவுள் சொன்னதை
பூமியை ஏனமாகவும்
வானத்தை அதன் மூடியாகவும்
தந்திருக்கிறது என்றே
மனிதன் கேட்டிருப்பான் போலும்.
அதன்படி
பூமியை எடுத்து
அவன்
அடுப்பில் வைத்துவிட்டான்
தீயும் மூட்டிவிட்டான்
கடவுளே!

தண்ணீர் தண்ணீர்

மரணம்
நெருங்கிவிட்ட ஒருவன்
தண்ணீர் தண்ணீர் என்று
தன் தாகத்தை
கடைசியாய் வெளிப்படுத்தவில்லை.

விட்டுப் போக
பெரும் துயர்தரும்
ஒன்றினை
மெல்ல
வரிசையாக
நினைவுகூர்கிறான்.

இருப்பு

மணம் கசிந்து மலர்களும்
நிறம் சொட்டித் தளிரும்
இனிப்பு நிறைத்து பழங்களும்
நாம் சிதைத்த உலகத்தைச் சரிசெய்ய
முயற்சி செய்கின்றன.

மழை கழுவுகிறது
காற்று துடைத்து வைக்கிறது.
பார்த்திருக்கிறீர்களா
நாளைக்கானதை உலர்த்திப் பாதுகாக்கும்
அவசரமற்ற வெயிலை?

எங்கும் போயிராத

*பார்
நமக்கிடையே காம்புதிர்த்துப் பறக்கும்
இந்த இலை
ஒரு புத்தக விற்பனைக்காரி
எங்கும் போயிராத
ஒரு மரத்தின்
காதல் கவிதை
அதன் கைகளில்.*

வெள்ளைக் கொக்கின் படம்

மேகத்தில்
யானையின்
முயலின்
வடிவங்களைக் கற்பனை செய்வேன்.
சில நேரங்களில் குருவியை

வீட்டின் அருகில் உள்ள
வயல் கரையில்
ஆழத்தை உற்று நோக்கியபடி
அமர்ந்திருக்கும் கொக்கின் படத்தை
வைத்திருந்தது குளம்.

கோடையில் குளம் வற்றியது
பிறகு கொக்கைக் காணவேயில்லை
அந்தப் படத்திற்கு என்ன ஆகியிருக்கும்?

இப்போது
சில நேரங்களில்
மேகத்தில்
என்னால் பார்க்க முடிகிறது
வெள்ளைக் கொக்கின் படம்.

நடனம்

நூல் கோக்கும்போது
லேஸ் கட்டும்போது
முடி பின்னும்போது
உன் கைவிரல்கள் புரிகின்ற
நடனம் போலொன்றை
கண்டதில்லை நான்
இன்றுவரை.

உற்சாகம்

ஒருபோதும் கண்டுபிடிக்க முடியாது
என்கிற உறுதியோடு
உன்னைத் தேடும் உற்சாகத்தில்
உயிர்த்திருக்கின்றன
கால் தடங்கள்.

விளையாட்டு

மேலே பார்த்தபடி நிற்கும்போது
இலையின் வடிவில்
வானத்தை உருவாக்கி விளையாடுகிறது
மரம்.

மெல்ல ஆடும் அவற்றில்
வானத்தின் பல போட்டோக்களைக்
கொண்டு வந்து சேர்க்கின்றன
மழைத்துளிகள்.

மின்மினிப்பூச்சிகள்
நட்சத்திரங்களின் உடையணிந்து
ஆடத் தொடங்குகின்றன.

அதைக் கண்டு கிளிகள்
அவற்றின் பால்யகாலத்திற்குப்
பறந்துபோகின்றன.

அப்போது
கோபத்துடன் காற்று
அவ்வழியே வருகிறது
கூடாரம் கலைந்துபோகிறது.

குழந்தைகள் விளையாட வராத
மைதானத்தைப் போல
காய்ந்த இலைகளில்
வெளிறிய வானத்தை உருவாக்கி
தனியாக விளையாடிக் கொண்டிருக்கிறது
மரம் இன்னமும்.

எல்லாம் நானே சொல்ல வேண்டுமென்பதில்லை

எல்லாம் நானே சொல்லியாக வேண்டுமென்ற
பிடிவாதம் வேண்டாம்.
ஏகாந்தத்தைப் பற்றிச் சொல்ல
பிறந்த நாள் முதல்
ஒரே நிற்றலாய் நிற்கும்
இந்த மலையே தாராளமாகப் போதும்.

காட்டை வெடிச்சிரிப்போடு வர்ணிக்க
அதன் அருவியையே
நியமித்துவிடுங்கள்

கனவுகள் நெய்வதைப் பற்றி
எட்டுக்கால்பூச்சிக்குச் சொல்ல இருப்பதைவிட
என்னிடமொன்றும் அதிகமில்லை

பசியைக் குறித்தென்றால்
நிழல்களை வைத்து
ஓவியத் தொடர் வரையும்
இந்தத் தெருவின் மெலிந்த உருவங்கள்

இறந்து கிடக்கும் ஒருவருக்கு
மற்றவரைக் காட்டிலும்
நிசப்தத்தைக் குறித்துச் சொல்லத் தகுதியுண்டு
கடவுளைக் குறித்தும்.

என்ன சொல்ல வருகிறேன் என்றால்
இத்தனை காலம் சண்டை போடுபவர்களிடம்
கொஞ்சம் பேசாமல் இருங்கள் என்று சொல்வதற்கு
ஒரு தைரியசாலி முன்னால் வரவேண்டியிருக்கிறது
உங்களில் யாரேனும் ஒருவர் வர முடிந்தால் நல்லது.

வாழ்வினோடு

உன்னைப் புதைத்த இடத்தில்
முளைத்த செடி நிறைய
எவ்வளவு பூக்கள்!
அவ்வளவு அதீத
காதல் ரகசியங்களைக் கொண்டிருந்ததா
உனது
பயணம்?
நம்பவே முடியவில்லை.

சுதந்திரம்

உதிர்ந்து போவதற்கு
ஏன் துக்கப்பட வேண்டும்?

முறிவதற்கும்
விழுவதற்கும் இடையிலுள்ள
நொடிநேரத்தில்
ஒரு பறவையின்
வாழ்க்கையை
அது
வாழ்ந்துவிடுகிறதல்லவா?

குக்கூ காட்டுப்பள்ளி

ஒரு பட்டாம்பூச்சியாக, சிட்டுக்குருவியாக, மெல்ல ஊர்ந்துபோகும் குட்டி நத்தையாக, தத்தித்தாவி நடக்கப்பழகும் மான்குட்டி போல, கடலையே குடிக்க நினைக்கும் சின்னஞ்சிறு மீன்குஞ்சு போல... இயற்கையோடு கலந்த ஒரு கல்வி, மனிதர்களான நமக்கும் கிடைத்தால் எப்படி இருக்கும்? ஒருவேளை, அப்படியொரு பள்ளிக்கூடம் எல்லா கிராமங்களிலும் இருந்தால்?! இயற்கை, கடவுள், மனம், கனவு, விளையாட்டு, நிம்மதி, புரட்சி, மகிழ்ச்சி, அன்பு... என எல்லாமும் அதில் அமைந்துவிடும்.

தேர்வுகள் இல்லாமல், பிரம்படி இல்லாமல், போட்டி மனப்பான்மை ஏதுமில்லாமல் ஆசிரியரும் மாணவரும் ஒன்றுசேர்ந்து இயற்கையிடம் கற்றுக் கொள்ளும் ஒரு பள்ளிக்கூடம், அடர்ந்த காட்டுக்கு உள்ளே இருந்தால், நம் மனது எவ்வளவு மகிழ்ச்சி அடையும்! இந்தக்கனவை நினைவாக்கும் முயற்சியில், ஜவ்வாதுமலை அடிவாரம் புளியானூர் கிராமத்தில் கட்டப்படுகிற ஒரு தர்மப்பள்ளிக்கூடம் தான் ‘குக்கூ காட்டுப்பள்ளி’. காளான் பூப்பது மாதிரி கல்வி பூக்கும் குழந்தைகள் வெளி.

பேச:+918270222007
cuckoochildren@gmail.com

தன்னறம் நூல்வெளி

தன் உள்ளார்ந்த இயல்பால் ஒரு மனம் தெரிவு செய்யும் செயலே தன்னறம். உயிரொன்றின் சுயவிடுதலையைச் சுடர்படுத்தும் எச்சிறு படைப்பாயினும் அதை அச்சில் கொண்டுவந்து பொதுவெளிப்படுத்தலே தன்னறம் நூல் வெளியின் அடிப்படை நோக்கமாக உருவகித்துக் கொள்கிறோம்.

காலந்தோய்ந்த அறமரபு துவங்கி, காந்தி ஏந்திய அறவழி வரை... சாட்சி மனிதர்களாகவும், அவர்தம் செயல்வழிப் பாதைகளாகவும் நீள்கிற இவ்வரலாற்றின், முடியாத மனசாட்சிப் பக்கங்களுக்குள் பொத்தி வைக்கப்படும் ஓர் மயிலிறகாக இதன் செயலமைவு அழகுற பிரார்த்திக்கிறோம்.

9843870059
thannarame@gmail.com
www.thannaram.in